Learn Vietnamese

Absolute Beginner to Conversational Speaker. Made Simple And Easy!

© Copyright 2017 - All rights reserved.

By

Languages World

© **Copyright 2017 - All rights reserved .**

The contents of this book may not be reproduced, duplicated or transmitted without direct written permission from the author.

Under no circumstances will any legal responsibility or blame be held against the publisher for any reparation, damages, or monetary loss due to the information herein, either directly or indirectly.

Legal Notice:

This book is copyright protected. This is only for personal use. You cannot amend, distribute, sell, use, quote or paraphrase any part of the content within this book without the consent of the author.

Disclaimer Notice:

Please note the information contained within this document is for educational and entertainment purposes only. Every attempt has been made to provide accurate, up to date and reliable complete information. No warranties of any kind are expressed or implied. Readers acknowledge that the author is not engaging in the rendering of legal, financial, medical or professional advice. The content of this book has been derived from various sources.

Table of Contents

Tones and pronouns..7

Greetings..13

Introductions..18

How Old Are You?...27

Verb To Be - (**là, ở, thì**)..32

Possessive Pronouns...34

Demonstratives...37

Basic Sentence Structure..40

Describing Objects & Articles..42

Common Verbs & Adjectives...45

Yes & No Questions...48

Forming Complex Questions..53

Classifiers...57

Tenses...60

Negative Sentences...64

Question Word - Can..66

Asking Directions...69

Ordering Food 73

Telling the Time 76

What Time Is It? 82

What Time Do You ? 86

Present Continuous Tense 91

Verb To Be Part 2 & Prepositions 94

Have You Ever ? 98

Comparative And Superlative Adjectives 100

Conclusion 102

Learning Vietnamese

Hello and welcome to your Vietnamese language learning journey!

I hope you are as excited as us to be learning Vietnamese. In this series we will cover the fundamentals of Vietnamese language. Starting with basic greeting and moving towards more advanced topics. But don't worry, we'll walk alongside you so don't get confused. There is nothing worse than being taught a new language only to be constantly stuck and confused.

Unlike other language books we don't plan on just teaching you countless phrases. Instead we aim to teach you how to form your own sentences by teaching sentence structure and language patterns. We've found this way of learning allows students to pick up a language much quicker, which is what we want!

One thing we do recommend is to read this content sequentially and do not skip over any sections. We have designed the section to build on top of each other, there's no rush! So take your time to fully understand each section before moving on.

At the end of each section there will be a short homework to complete.
Follow these steps and you will be speaking Vietnamese in no time. And by the end of this series

you will be able to communicate with people in Vietnamese on a conversational level. Trust me you will be amazed at your results.

Let's get started …

Tones and pronouns

Vietnamese is a tonal language making it very different from English. There are six different tones which are used to change the sound and meaning of a word. Each tone is defined by a certain symbol which is placed above the letter, specifically the vowels. Have a look at the table below to see the different types of tones.

Tones	Description	Marker	Example	Meaning
Ngang	Flat hight tone.		Ca	Mug
Huyền	Flat low tone	\	Cà (chua)	Tomato
Sắc	High rising tone	/	Cá	Fish
Hỏi	Low falling tone	?	Cả	All
Ngã	High falling tone	~	Xã	Ward
Nặng	Short low tone	•	Bọ	Bug

Note:

- Tones can change the meaning of a word.
- The tones: Huyền, Sắc, Hỏi, Ngã are placed ABOVE the vowel.
- The tone: Nặng is placed UNDER the vowel.

You should familiarise yourself with the sounds of different tones in Vietnamese. Have a look on YouTube to listen to the difference between each tone. It will definitely help!

Pronouns

Vietnamese has a huge number of personal pronouns, which are based on age, gender and your relationship with the person you speak to.

Pronoun	Description
Ông	Grandfather or a man who is about your grandfather's age.
Bà	Grandmother or a woman who is about your grandmother's age.
Bố	Father
Mẹ	Mother
Anh	Older brother or a man who is older than you.
Chị	Older sister or a woman who is older than you.
Em	Younger sibling (male or female) or a person who is younger than you (male or female).
Chú	Uncle (who is younger than your parents) or a man who is about your parents age
Cô	Aunt (who is younger than your parents) or a woman who is about your parents age

Bác	Either uncle or aunt (who is older than your parents) or a person who is older than your parents (male or female).
Cháu	Niece, nephew or grandchild or a person who is about your niece/nephew's age.
Tôi	Literally means I (usually use when you talk to a person who is about your age.)
Con	Literally means I (usually use when you talk to parents)
Bạn	Literally means you (a person who is about your age, male or female).

Note:
Personal pronouns in Vietnamese are divided into 2 categories:

- Family-based pronoun
- Neutral pronoun.

Family-based pronouns are used when talking to family members. And neutral pronouns are used when talking to non-family member.

The following 3 examples should help make this easier to understand:

Example

Have a look at this short conversation between a father and his son (family-based pronouns are used.)

Dad: Chào **con trai**, **con** đi đâu đấy? (Hi **son**, where are **you** going?)
 Kid: Chào **bố**, **con** đi học. (Hi **dad**, **I** am going to school.)

Vietnamese	English Translation	English
Chào **con trai**, **con** đi đâu đấy?	Hi **son**, where is **son** going?	Hi **son**, where are **you** going?
Chào **bố**, **con** đi học.	Hi **dad**, **son** is going to school.	Hi **dad**, **I** am going to school.

(son = con trai, where = ở đâu, going = đi, to = đến, school = trường học, are = là)

Example 2

This is a short conversation between two friends. (Neutral pronouns are used.)

A: Hey, what are **you** doing? (Này, **bạn** đang làm gì thế?)
B: **I**'m playing chess. (**Tôi** đang chơi cờ.)

Vietnamese	English Translation	English
Này, **bạn** đang làm gì thế?	Hey, **you** are doing what?	Hey, what are **you** doing?
Tôi đang chơi cờ.	**I**'m playing chess.	**I**'m playing chess.

(what = gì, doing = đi, playing = chơi, chess = cờ, friend = bạn)

Example 3

This is a short conversation between you and an unfamiliar female, who is about your parent's age. (Neutral pronouns are used.)

  She: Xin chào, **cháu** có biết tên của **cô** không? (Hello, do **you** know **my** name?)
You: Có, tên của **cô** là Trang. (Yes, **your** name is Trang.)

Vietnamese	English Translation	English
Xin chào, **cháu** có biết tên của **cô** không?	Hello, do **you** know **aunt's** name?	Hello, do you know **my** name?
Có, tên của **cô** là Trang.	Yes, **aunt's** name is Trang.	Yes, **your** name is Trang.

(aunt = cô, do = làm, know = biết, name = tên, yes = có, is = là)

Greetings

The first thing you always need to know in any language, is how to greet people. Let's get into some basic greetings and introductions.

When you want to greet somebody, who you meet for the first time, **"Xin chào"** is a great and formal word to use.

$$\text{Hello} = \textbf{Xin chào}$$

Example:

Xin chào! Hôm nay bạn thế nào?
(**Hello**! How are you today?)

When you want to greet somebody who you know, you use the word **"Chào"** and a personal pronoun which is suitable for the context like **anh, chị, em, etc.**

Example:

Chào anh!
Chào chị!
Chào ông!
 (**Chào = hi / hello**)

Note:

The word **"Chào"** can be used at anytime of a day (morning, afternoon, evening, night).

Have a look at the table below to see some common sentences which are often used when greeting somebody in daily conversation.

Vietnamese	English
Xin chào!	Hello!
Chào **bạn**!	Hi!
Bạn có khoẻ không?	How are **you**?
Công việc thế nào?	How are you getting on?
Bạn dạo này thế nào?	How have **you** been?
Mọi việc thế nào?	How are **things**?
Các cháu thế nào?	How are **your children**?

In the example, we will assume you are talking to a person who is about your age. In other cases, the personal pronoun can be changed depending on the context and the person who you're talking to. Please look back to the pronoun table to review.

Do not worry if you're unsure of some of the words used, they will be covered in more detail further in this book.

To answer these questions, you can use some of the general sentences below:

- Tôi khoẻ. (I'm good.)
- Tôi bình thường. (I'm ok / I'm fine.)
- Tôi không khoẻ. (I'm not good.)

To describe exactly how you feel, here are some particular sentences that you can use.

- Tôi **mệt**. (I'm **tired**.)
- Tôi **ốm**. (I'm **sick**)
- **Không tệ lắm! (Not so bad)**
- Tôi rất **vui/ hạnh phúc**. (I'm very **happy**.)

Saying Good-bye

To say goodbye to somebody, we use **"Tạm biệt"**.

You can also add a personal pronoun after "Tạm biệt" to say goodbye to a particular person that you talk to.

Goodbye = **Tạm biệt**

Example:

- Tạm biệt **bạn**! (Goodbye, **buddy**!)
- Tạm biệt **mẹ**! (Bye, **mom**!)
- Tạm biệt **ông**! (Goodbye sir/ Goodbye **grandpa**!)

Sometimes, Vietnamese people use the word "**Chào**" to say good-bye as well.

Here are some common sentences you can also use when saying good-bye:

- Hẹn gặp lại! (See you again!)
- Hẹn gặp lại bạn! (See you again!)
- Gặp bạn lần sau nhé! (See you next time!)

Note:

At the end of the sentence, you can use **"nhé"** or **"ạ"** to add extra politeness.

- Hẹn gặp lại **nhé**!
- Tạm biệt ông **ạ**!

Exercise:

Complete the following conversation:

A: Chào bạn!   Good morning!
B: (1) …………   Good morning!
A: Bạn có khoẻ không?   (2)
………………?
B: Tôi khoẻ, bạn thế nào?   (3)
……………………..
A: Tôi cũng khoẻ. Cảm ơn bạn!   I'm good too.
Thank you!

Answer:

(1): Chào bạn
(2): How are you?
(3): I'm good. How are you?

Introductions

Now, let's move onto introductions. In this section, you will learn how to introduce yourself and some common small talk questions.

My name is….

In order to introduce yourself, you can use these following structures:

Tên của tôi là + Name.
(Literally means My name is…)

Example:

Tên của **tôi** là Trang.
Tên của **anh** là Nam.
Tên của **chị** là Linh.
Tên của **em** là Đoan.

Tôi tên là + Name
(Literally means I am….)

Example:

Tôi tên là Trang.
Anh tên là Nam.
Chị tên là Linh.
Em tên là Đoan.

What's your name?

In order to ask someone's name, you can use these following questions:

- **Tên của bạn là gì?**
- **Bạn tên là gì?**

Example:

(1) A: Tên của bạn là gì? *(What is your name?)*
B: Tên của tôi là Hoa. *(My name is Hoa.)*

(2) C: Bạn tên là gì? *(What is your name?)*
D: Tên tôi là Linh. *(I am Linh.)*

(3) E: Em tên là gì? *(What is your name?)*
F: Tên của em là Trang. *(My name is Trang.)*

(4) G: Tên của anh là gì? *(What is your name?)*
H: Anh tên là Nam. *(I am Nam.)*

(In the conversations above, you can see the different personal pronouns, which are replaced for "I" and "you".)

To follow up on this conversation, you can also say "nice to meet you", just like English.

- **Rất vui được gặp bạn!** *(Nice to meet you!)*
- **Tôi cũng vậy.** *(Me too.)*

Now, let's put everything together and go through a basic conversation to review what you have learnt.

Michael:
Xin chào! *(Hello!)*

Trang:
Chào bạn, bạn có khoẻ không?
(Hello, how are you?)

Michael:
Tôi khoẻ, bạn có khoẻ không?
(I'm good, how are you?)

Trang:
Tôi cũng khoẻ. Bạn tên là gì?
(I'm good, too. What is your name?)

Michael:
Tôi tên là Mike. Tên của bạn là gì?
(*My name is Mike. What is your name?*)

Trang:
Tên của tôi là Trang. Rất vui được gặp bạn.
(*I'm Trang. Nice to meet you.*)

Michael:
Tôi cũng vậy.
(*Me too.*)

Note:

Again, the personal pronouns can be changed depending on the situation of the context and the person who you talk to.

Exercise:

Complete the following conversation:

- (1) …………anh! *(Hello!)*
- Chào em. (2) ………………? *(Hi, how are you?)*
- Em khoẻ. Anh có khoẻ không? *(I'm good. How are you?)*
- Anh (3)……………. (4) ………….là gì? *(I'm good. What's your name?)*
- (5) …………….. Linh. Anh (6) ………………? *(My name is Linh. What is your name?)*
- Anh (7)………..Jimmy. Rất (8)……………! *(I'm Jimmy. Nice to meet you!)*
- Em (9)……………..*(Me too.)*

Answer:

(1) Xin chào (or chào)
(2) Em có khoẻ không?
(3) khoẻ.
(4) Tên của em
(5) Tên của em là
(6) tên là gì?
(7) tên là
(8) vui được gặp em
(9) em cũng vậy

What is your nationality?

In order to ask someone about their nationality, you can use the following structure:

Personal Pronoun + là người nước nào?
("là người nước nào" literally means "what nationality")

Example:

Bạn là người nước nào? *(Which country are you from?)*
Anh là người nước nào? *(Which country are you from?)*
Chú là người nước nào? *(Which country are you from?)*

(In the conversations above, you can see the different personal pronouns, which are replaced for "I" and "you".)

To answer this question, you can start with:

Personal Pronoun + là người + Name of the country.
("là người" means "I am")

Example 1:

Tôi là người Mỹ. (*I am American.*)
Anh là người Úc. (*I am Australian.*)
Chú là người Việt Nam. (*I am Vietnamese.*)

Have a look at the table below to see some Vietnamese translations for some countries in the world. See if yours is listed!

Anh	England
Bồ Đào Nha	Portugal
Đức	German
Hà Lan	Holland
Hàn Quốc	Korea
Na Uy	Norway
Nga	Russia
Nhật Bản	Japan
Úc	Australia

Pháp	France
Phần Lan	Finland
Cộng Hoà Séc	Czech
Tây Ban Nha	Spain
Thuỵ Điển	Sweden
Ý	Italy
Mỹ	America
Bỉ	Belgium

Where are you from?

Another way of asking a person about their nationality is to ask **"Bạn đến từ đâu?"**

"Bạn đến từ đâu?" literally means **"Where are you from?"**

To answer this question, you can start with:

Personal Pronoun + đến từ + nước + name of a country

Example 2:

Tôi đến từ nước Mỹ. *(I'm from America.)*
Anh đến từ nước Úc. *(I'm from Australia.)*
Chú đến từ nước Việt Nam. *(I'm from Vietnam.)*

Note:

In Vietnamese, you always add the word "NƯỚC" when talking about country and add "NGƯỜI" when talking about nationality.

Exercise:

Practice a roleplay of introducing yourself in Vietnamese. If you do not have anyone to roleplay with, you can simply practice in the mirror.

Say hello, how are you, say your name, where you are from and nice to meet you.

How Old Are You?

Carrying on from the previous section lets move onto asking for age and occupation. You'll also learn about the linking word "và", which is very common and useful.

How old are you?

To ask somebody about their age, you can use the following structure:

Personal Pronoun + bao nhiêu + tuổi?
*("**bao nhiêu**" literally means "**how much**" or "**how many**"*
*"**tuổi**" literally means "**age**" or "**old**")*

Example:

Bạn bao nhiêu tuổi? *(How old are you?)*
Anh bao nhiêu tuổi? *(How old are you?)*
Em bao nhiêu tuổi? *(How old are you?)*

And to answer this question we use the following pattern:

Personal Pronoun + Number + Tuổi
*("**tuổi**" literally means "**old**" or "**age**")*

Example:

Tôi 18 tuổi. *(I'm 18 years old.)*
Anh 22 tuổi. *(I'm 22 years old.)*
Em 12 tuổi. *(I'm 12 years old.)*

Numbers

To make it easier for you to talk about ages, have a look at the number table to see how Vietnamese say numbers.

1	Một	11	Mười một	21	Hai mươi mốt
2	Hai	12	Mười hai	22	Hai mươi hai
3	Ba	13	Mười ba	23	Hai mươi ba
4	Bốn	14	Mười bốn	24	Hai mươi tư
5	Năm	15	Mười lăm	25	Hai mươi lăm
6	Sáu	16	Mười sáu	26	Hai mươi sáu
7	Bảy	17	Mười bảy	27	Hai mươi bảy
8	Tám	18	Mười tám	28	Hai mươi tám
9	Chín	19	Mười chín	29	Hai mươi chín
10	Mười	20	Hai mươi	30	Ba mươi

Don't worry about vocabulary. The important thing is to get the language pattern down.

What is your job?

To ask about someone's occupation, there are two forms of question that you can use:

Personal Pronoun + làm nghề gì?
("nghề" literally means "job")

Example:

Bạn làm nghề gì? *(What is your job?)*
Chị làm nghề gì? *(What is your job?)*
Em làm nghề gì? *(What is your job?)*

Công việc của + Personal Pronoun + là gì?
("công việc" translates to "job". This is a very formal word.
"của" literally means "of")

Example:

Công việc của bạn là gì? *(What is your job?)*
Công việc của chị là gì? *(What is your job?)*
Công việc của em là gì? *(What is your job?)*

(The underlined words are different personal pronouns which are replaced for "you")

To answer this question, we use this pattern:

Personal Pronoun + là + job

Example:

Tôi là kĩ sư. *(I'm an engineer.)*
Chị là bác sĩ. *(I'm a doctor.)*
Em là giáo viên. *(I'm a teacher.)*

Look at the table below to see some Vietnamese names of common occupations.

Bác sĩ	Doctor
Ca sĩ	Singer
Giáo viên	Teacher
Kĩ sư	Engineer
Hoạ sĩ	Artist
Công nhân	Worker
Nông dân	Farmer
Kiến trúc sư	Architect
Người mẫu	Model
Học sinh	Pupil
Sinh viên	Student
Y tá	Nurse

Linking word: And

Conjunctions are used to link words, phrases or sentences. We will quickly cover the conjunction "and" since it is so commonly used in Vietnamese.

Và   =   and

Example:

Tôi ba mươi tuổi **và** tôi là giáo viên.
(I'm 30 years old and I'm a teacher.)

Em là học sinh **và** em mười tuổi.
(I'm a student and I am 10 years old.)

Bố của tôi là bác sĩ **và** ông ấy 50 tuổi.
(My father is a doctor and he is 50 years old.)

Verb To Be - (là, ở, thì)

The verb TO BE (là, ở, thì) is used in place of "am, is, are".

Unlike "am, is, are", "là, ở, thì" have different meanings and can be used for both singular and plural.

Verb to be = THÌ, LÀ, Ở

Structure:

Subject + TO BE (thì/là/ở) + Object (nouns)

1. *Là* is only used with a noun, specifically a thing or person.

Example:

English	Vietnamese
Who **is** she?	Cô ấy **là** ai?
She **is** a doctor.	Cô ấy **là** bác sĩ.
Who **are** they?	Họ **là** ai?
What **is** that?	Đó **là** gì?
What **are** those?	Đó **là** những cái gì?
I **am** a student.	Tôi **là** sinh viên.

who = ai, they = họ, that = kia, those = kia, she = cô ấy)

2. ***Ở*** is only used with a noun, specifically place.

Example:

English	Vietnamese
Where **are** you?	Bạn **ở** đâu?
I **am** at school.	Tôi **ở** trường học.
Where **is** my pen?	Bút của tôi **ở** đâu?
Your pen **is** on the table	Bút của bạn **ở** trên bàn.
Where **are** my glasses?	Kính của tôi **ở** đâu?
Your glasses **are** in the bag.	Kính của bạn **ở** trong cặp.

(where = ở đâu, school = trường học, pen = bút, table = bàn, glasses = kính, bag = cặp)

3. ***Thì*** is only used with an adjective. (In some cases, ***thì*** is commonly dropped.)

Structure:

Subject + (THÌ) + adjective

English	Vietnamese
Vietnam **is** beautiful.	Việt Nam **(thì)** xinh đẹp.
They **are** happy.	Họ **(thì)** hạnh phúc.
This city **is** small.	Thành phố **(thì)** nhỏ.
I **am** tired.	Tôi **(thì)** mệt.

(beautiful = xinh đẹp, happy = hạnh phúc, city = thành phố, small = nhỏ, tired = mệt)

Possessive Pronouns

In Vietnamese, there is a huge number of personal pronouns (page 4), and all the personal pronouns can be used as the first person (I), depending on the person who you talk to.

Third Person

To talk about the third person (he, she), you will need to add the word **"ấy"** right after the personal pronouns. Have a look at the following example

The first person	**The third person**
Anh là bác sĩ. *(I am a doctor.)*	**Anh ấy** là bác sĩ. *(He is a doctor.)*
Chị là giáo viên. *(I am a teacher.)*	**Chị ấy** là giáo viên. *(She is a teacher.)*
Cô là y tá. *(I am a nurse.)*	**Cô ấy** là y tá. *(She is a nurse.)*
Chú là kĩ sư. *(I am an engineer.)*	**Chú ấy** là kĩ sư. *(He is an engineer.)*

Possessive Pronouns

To form possessive pronouns, you need to follow this structure:

Của + pronouns
("Của" literally means "Of")

Example:

Tôi (I)   = **Của** tôi (my)
Bạn (you)   = **Của** bạn (your)
Anh ấy (he)   = **Của** anh ấy (his)
Cô ấy (she)   = **Của** cô ấy (her)
Chúng tôi (we)   = **Của** chúng tôi (our)
Họ (they)   = **Của** họ (Their)
Nó (it)   = **Của** nó (its)

Note:

"**Tôi**" can be changed to **other personal pronouns** depending on the situation of the context. Therefore, "**Của tôi**" can also be changed to **"của + personal pronouns."**

Exercise:

Translate the following sentences from English into Vietnamese.

1. My name is Jane.
2. Teacher is his job.
3. These are his glasses.
4. This is my house
5. Her name is Loren.
6. Those are their cars.

(glasses = kính, house = nhà, car = xe ô tô, name = tên, these = đây, those = kia)

Answer

1. Tên của tôi là Jane.
2. Giáo viên là công việc của anh ấy.
3. Đây là kính của anh ấy.
4. Đây là nhà của tôi.
5. Tên của cô ấy là Loren.
6. Kia là những chiếc xe ô tô của họ.

Demonstratives

In this lesson, you will learn how to use demonstratives (this, that, these, those).

This and That

Đây literally means **this**.
This word is used to refer to a person, thing or event that is *close* to you.

Example:

Đây là mẹ của tôi. *(**This** is my mom.)*
Đây là chị của tôi. *(**This** is my older sister.)*
Đây là bạn của tôi. *(**This** is my friend.)*

(mom = mẹ, older sister = chị, friend = bạn)

Kia literally means **that**.
This word is used for referring to a person or thing that is far from the speaker.

Example:

Kia là mẹ của tôi. *(**That** is my mom.)*
Kia là em gái của tôi. *(**That** is my younger sister.)*
Kia là bạn của tôi. *(**That** is my friend.)*

(younger sister = em gái)

Note:

"Đây" and "Kia" can be used in places of both "this – these" and "that – those".

The words "các" and "họ":

Các: When using a noun as its plural form, you will need to add the word **"các"** before the noun.

Example:

Các bạn *(Friends)* -> Họ là các bạn của tôi. *(They are my friends.)*
Các cô *(Aunts)* -> *Các cô của tôi sống ở Hà Nội. (My aunts live in Hanoi.)*
Các bác sĩ *(Doctors)* -> *Các bác sĩ này rất tốt bụng. (These doctors are very kind.)*
Các đồ vật *(Things)* -> Kia là *các đồ vật của tôi. (Those are my things.)*

(They = họ, live = sống, kind = tốt bụng, very = rất)

"Họ" literally means **"they"** or **"them"**. This word is used to talk about a group of people who you know or not know. It can be used as a subject or object.

Example:

Họ là các bạn của tôi. *(They are my friends.)*
Họ là bố mẹ của tôi. *(They are my parents.)*
Tôi rất yêu quý **họ**. *(I really love **them**.)*

Note
"bố mẹ" means "parents" and it already presents for 2 people (father and mother). Therefore, "các bố mẹ" is not used in this case. On the other hand, "Các bố mẹ" can be used when talking about a group of parents.

"You" in English can mean either one person or a group of people who you speak to. "Bạn" in Vietnamese works the same way. When talking in an informal conversation, "bạn" can mean either "friend" or "friends".

Basic Sentence Structure:

Forming sentences in Vietnamese is very easy because the language pattern is the same as English:

Language Pattern:

        Subject + Verb + Object

Example:

1. Tôi yêu mẹ của tôi. *(I love my mom.)*
   (S) (V)   (O)

2. He is my older brother. *(Anh ấy là anh trai của tôi.)*
   (S) (V)   (O)

3. I love Vietnam. *(Tôi yêu Việt Nam.)*
   (S) (V)   (O)

4. Tôi **ghét** tỏi. (***I hate** garlic.*)
   (S) (V) (O)

5. Anh ấy **ghét** cá. (***He hates** fish*)
   (S)   (V) (O)

(love = yêu, older brother = anh trai, hate = ghét, fish = cá)

Note:

In Vietnamese, verbs are used in the same form for singular and plural. (Have a look at example 4 and 5.)

When making sentences in Vietnamese, try to arrange the sentence in this pattern first (subject + verb + object). Then you can translate the words from English to Vietnamese.

Exercise:

Make 10 sentences using the verb to be and the basic structure.

Describing Objects & Articles

Describing objects is different in Vietnamese as it is in English. In the Vietnamese language, when we want to describe an object we have to always place the ***noun before the adjective.***

So, we have to say what we are talking about first and then describe it.

Language Pattern:

>Noun + Adjective

Have a look at the following table;

English	Vietnamese Transalation	Vietnamese
Beautiful house	House beautiful	Ngôi nhà đẹp
White color	Color white	Màu trắng
Fresh beer	Beer fresh	Bia tươi
Tall tree	Tree tall	Cây cao
Big school	School big	Ngôi trường lớn

(beautiful = đẹp, color = màu, white = trắng, fresh = tươi, tree = cây, tall = cao, big = lớn)

Note:

This is the pattern we must follow when describing things in Vietnamese.

This pattern is also the same when it comes to possessive pronouns. The noun must be placed before the adjective.

English	Vietnamese	Translation
My mother	Mother my	Mẹ của tôi
His house	House his	Nhà của anh ấy
Their cars	Cars of them	Xe của họ
Trang's phone	Phone of Trang	Điện thoại của Trang

(mother = mẹ, my = của tôi, his = của anh ấy, phone = điện thoại)

Articles "a" and "an"

In Vietnamese we have one article **"một"** for both **"a"** and **"an"** in English.

Example:

This is **a** beautiful street. *(Đây là **một** con đường xinh đẹp.)*
It is **an** amazing story. *(Nó là **một** câu chuyện tuyệt vời.)*

(beautiful = xinh đẹp, street = con đường, amazing = tuyệt vời, story = câu chuyện)

Exercise:

Translate the sentences below from English into Vietnamese. Try to use different personal pronouns.

a) This is my book. *(book: sách)*
b) That is his pen. *(pen: bút)*
c) I love reading. *(love: yêu, reading: đọc sách)*
d) They are my friends. *(friend: bạn)*
e) This is a great idea! *(great: tuyệt vời, idea: ý tưởng)*
f) You are very pretty. *(pretty: dễ thương, very: rất)*
g) Vietnamese food is delicious! *(food: thức ăn, delicious: ngon tuyệt)*

Answers:

a) Đây là sách của tôi.
b) Kia là bút của anh ấy.
c) Tôi yêu đọc sách.
d) Họ là bạn của tôi.
e) Đây là một ý tưởng tuyệt vời!
f) Bạn rất dễ thương.
g) Thức ăn Việt Nam ngon tuyệt!

Common Verbs & Adjectives

Let's move onto some common verbs and adjectives. These will come in very handy when making new sentences in Vietnamese.

Verbs:

Ăn	Eat
Bán	Sell
Biết	Know
Chạy	Run
Cho	Give
Chơi	Play
Đọc	Read
Đi	Go/Walk
Đứng	Stand
Làm	Do/Make
Mặc	Wear
Mua	Buy
Nằm	Lay
Nói	Say/Talk/Speak
Ngồi	Sit
Ngủ	Sleep
Nhớ	Miss/Remember
Nhận	Receive
Nhìn	Look/See
Hiểu	Understand

Học	Study/Learn
Xem	Watch
Thích	Like
Sống	Live
Ghét	Hate
Uống	Drink
Yêu	Love

Adjectives:

Cao	Tall
Thấp	Short
To	Big
Nhỏ	Small
Rộng	Large
Hẹp	Narrow
Khó	Hard/Difficult
Dễ	Easy
Đẹp	Beautiful
Xấu	Ugly
Rẻ	Cheap
Đắt	Expensive
Mập	Fat
Ốm	Thin
Nóng	Hot
Lạnh	Cold
Già	Old
Trẻ	Young

Cũ	Old
Mới	New
Nhanh	Fast
Chậm	Slow
Ngu ngốc	Stupid
Tốt	Good
Xấu	Bad
Cứng	Hard
Mềm	Soft

Exercise:

Make 10 sentences using the basic language structure you have learnt, try to also include the verbs and adjectives listed above.

Practice the language structure until you are comfortable with making sentences. Remember, first arrange the sentence in English order and then translate the words to Vietnamese.

Yes & No Questions

In Vietnamese, we can ask closed questions easily by adding the word **'không'** to the end of the sentence.

Structure:

Nouns/ Personal Pronouns + (có) + Verb/ Adjective + không?

Example:

Ngôi nhà đẹp. *(The house is beautiful)*
Ngôi nhà *(có)* đẹp **không**? *(Is the house beautiful?)*

Cô ấy nói tiếng Việt. *(She speaks Vietnamese.)*
Cô ấy *(có)* nói tiếng Việt **không**? *(Does she speak Vietnamese?)*

Tôi thích mèo. *(I like cat.)*
Bạn *(có)* thích mèo **không**? *(Do you like cat?)*

Note:

The word "có" literally means "yes" and it is not necessarily included. This word is used to make the conversation more natural and is placed right after the subject.

Answering Yes/No question:

To answer yes, you can use the structure:

Có, Subject + Có + Object

To answer no, you can use the structure:

Không, Subject + không + Object

Example:

Ngôi nhà có đẹp không? *(Is the house beautiful?)*
Có. Ngôi nhà **có** đẹp. *(Yes, it is.)*

(house = ngôi nhà)

Cô ấy có nói Tiếng Việt không? *(Does she speak Vietnamese?)*
Không. Cô ấy **không** nói Tiếng Việt. *(No, she does not.)*

(speak = nói)

Bây giờ bạn có rãnh không? *(Are you free now?)*
Có, mình có rãnh. *(Yes, I am.)*

(free = rãnh)

Họ có đi đến bữa tiệc không? *(Do they go to the party?)*
Không, họ không, *(No, they don't.)*

(go = đi, to = đến, party = bữa tiệc)

NOTE:
You can also simply answer "có" or "không" for "yes" or "no".

Confirmation questions

To make confirmation questions, we simply add **"phải không"** to the end of the sentence.

Example:

Ngôi nhà đẹp, **phải không**? *(The house is beautiful, **isn't it**?)*
Cô ấy nói Tiếng Việt, **phải không**? *(She speaks Vietnamese, **doesn't she?**)*
Bạn không thích mèo, **phải không**? *(You don't like cats, **do you?**)*
Anh ấy không uống bia, **phải không**? *(He doesn't drink beer, **does he?**)*

(like = thích, cat = mèo, beer = bia, drink = uống)

Answering Yes/No question:

To answer confirmation questions, we use the same pattern as before:

Có, Subject + Có + Object

To answer no, you can use the structure:

Không, Subject + không + Object

Example:

Ngôi nhà đẹp, **phải không**? *(The house is beautiful, isn't it?)*
Có, ngôi nhà **có** đẹp. *(Yes, it is.)*

Cô ấy nói Tiếng Việt, **phải không**? *(She speaks Vietnamese, doesn't she?)*
Không, cô ấy **không** nói Tiếng Việt *(No, she doesn't.)*

Bạn không thích mèo, **phải không**? *(You don't like cat, do you?)*
Có, tôi **có** thích mèo. *(Yes, I do.)*

Anh ấy không uống bia, **phải không**? *(He doesn't drink beer, does he?)*
Không, anh ấy **không** uống bia. *(No, he doesn't.)*

Exercise:

Translate the questions below from English into Vietnamese.

1. Do you like Vietnam?
2. You're British, are you?
3. Is he handsome? *(handsome: đẹp trai)*
4. Are these your pens? *(pen: bút)*
5. It is a beautiful house, isn't it? *(house: ngôi nhà)*
6. Do you want to buy these shoes? *(want: muốn, shoes: đôi giày)*

Answers:

1. Bạn có thích Việt Nam không?
2. Bạn là người Anh, phải không?
3. Anh ấy có đẹp trai không?
4. Đây có phải là bút của bạn không?
5. Nó là một ngôi nhà đẹp, phải không?
6. Bạn có muốn mua những đôi giày này không?

Forming Complex Questions

Unlike English, we place the question word at the end of the sentence when speaking Vietnamese.

The language pattern goes as follows:

Subject + Verb + Question word

Example:

English	Vietnamese Translation	Vietnamese
What is this?	This is **what**?	Đây là **gì**?
Who are they?	They are **who**?	Họ là **ai**?
Where is my shirt?	My shirt is **where**?	Áo của tôi ở **đâu**?
Which car is yours?	Your car is **which**?	Chiếc xe nào là của bạn?
How is the weather?	The weather is **how**?	Thời tiết thế **nào**?

Have a look at the following table to see the common question words:

What	Cái gì
Who	Ai
Whose	Của ai
When	Khi nào
Where	Ở đâu
Which	Loại nào, cái nào
Why	Tại sao

The question with "How"

The question word **"how"** translates to **"thế nào"**.

Example:

- **How** are you? *(Bạn **thế nào**?)*
- **How** do you feel? *(Bạn cảm thấy **thế nào**?)*
- **How** is the weather? *(Thời tiết **thế nào**?)*
- **How** do you say this in Vietnamese? *(Bạn nói điều này bằng Tiếng Việt như **thế nào**?)*

(feel = cảm thấy, weather = thời tiết, say = nói)

Like English, the question word "how" meaning can be changed depending on the words that follow:

"How much" and "how many"

"How much" and **"how many"** translates to **"bao nhiêu"**, and **"bao nhiêu"**. In Vietnamese, these can be used for both countable and non countable nouns.

Example:

Bạn có **bao nhiêu tiền**? *(How much money do you have?)*
Có **bao nhiêu cái bàn**? *(How many tables are there?)*

Cô ấy có **bao nhiêu chiếc điện thoại**? *(**How many phones** does she have?)*

(money = tiền, table = cái bàn, phone = điện thoại)

"How far" and "how long"

"How far" literally means **"bao xa"** in Vietnamese, used to ask about the distance.

Example:

Cửa hàng cách **bao xa**? *(How far is the store?)*
Nhà của bạn cách **bao xa**? *(How far is your house?)*

Note:

You will always need to add the word "cách" before "bao xa" to emphasize the question. It works like the article "the" in English.

How long

"How long" translates to **"bao lâu"** in Vietnamese and is used to ask about time.

Example:

Mất bao lâu để đi đến cửa hàng?
*(**How long** does it take to get to the store?*

Mất bao lâu để đi đến nhà của bạn?
*(**How long** does it take to get to your house?)*

Mất bao lâu để hoàn thành bài tập về nhà?
*(**How long** does it take to finish the homework?)*

(get to = đi đến, store = cửa hàng, finish = hoàn thành, homework = bài tập về nhà)

Note:

You will always need to add the word "mất" before "bao lâu" to emphasize the question. It works like the article "the" in English.

Classifiers

Classifiers are used when counting objects in **Vietnamese**. We don't have articles for counting in **Vietnamese**. Instead, classifiers are used.

Most commons are **"con – cái – chiếc"**, these are similar to gender concepts in some European languages.

1. "Con"
"**Con**" is usually refers to an animated object.

Example:

Con cua *(a crab)*
Con gà *(a chicken)*
Con cá *(a fish)*
Con chó *(a dog)*

2. "Cái" and "chiếc"
"**Cái**" and "**chiếc**" are usually refers to an unanimated object.

Example:

Cái bàn (or chiếc bàn) *(a table)*
Cái ghế (or chiếc ghế) *(a chair)*
Cái quạt (or chiếc quạt) *(a fan)*
Cái giường (or chiếc giường) *(a bed)*

3. "Quả"

"**Quả**" is usually referred to a fruit object.

Example:

Quả chuối *(A banana)*
Quả cam *(An orange)*
Quả táo *(An apple)*
Quả xoài *(A mango)*

Counting Objects

Classifiers are used to count objects in Vietnamese. The pattern in Vietnamese for counting goes as follows:

$$\text{Number + Classifier + Noun}$$

Example:

Một cái bàn *(one table)*
Hai con cua *(two crabs)*
Ba cái quạt *(three fans)*
Bốn con chó *(four dogs)*

Exercise:

Translate the following sentences from English to Vietnamese.

1. Tôi có năm cái túi. *(túi: bag)*
2. Cô ấy có mười chai nước. *(chai nước: bottle of water)*
3. Họ có 30 chiếc vé. *(vé: ticket)*
4. Bạn của tôi có ba con mèo. *(bạn: friend, mèo: cat)*
5. Chú của tôi có năm chai bia. *(chai bia: bottle of beer)*

Answers

1. I have five bags.
2. She has 12 bottles of water.
3. They have 30 tickets.
4. My friends have three cats.
5. My uncle has five bottles of beer.

Tenses

In this lesson, we will learn about tenses in Vietnamese, which are very useful in daily conversation.

The simple present tense

The definition and usage of the simple tense is the same as in English. The only difference is that you use the same verb for both singular and plural.

Subject + Verb TO BE (thì, là, ở) + Object

Example:

Hôm nay **là** thứ Hai. *(Today is Monday.)*
Căn phòng **(thì)** màu xanh. *(The room is blue.)*
Họ **(thì)** ở trong phòng khách. *(They are in the living room.)*
Tôi **(thì)** ở nhà. *(I am at home.)*

(today = hôm nay, Monday= thứ Hai, room = căn phòng, blue = màu xanh, living room = phòng khách)

Subject + Verb + Object

Example:

Hôm nay, **tôi đi** học. *(Today, I go to school.)*
Hôm nay, **anh ấy đi** học. *(Today, he goes to school.)*
Cô ấy nói tiếng Việt. *(She speaks Vietnamese.)*
Họ nói tiếng Anh. *(They speak English.)*

(go to school = đi học, speak = nói, Vietnamese = Tiếng Việt, English = Tiếng Anh)

The Past Tense

When making past tense sentences, you will always need to add the word **"đã"** right before the verb. **"Đã"** literally means something that has already happened.

Structure:

Subject + ĐÃ + Verb + Object

Example:

Tôi đã đi học. *(I went to school.)*
Anh ấy đã đi làm. *(He went to work.)*
Quả táo đã ở trên bàn. *(The apple was on the table.)*
Họ đã ở nhà. *(They were at home.)*
Cô ấy đã biến mất. *(She dissapeared.)*

(go to school = đi học, go to work = đi làm, apple = quả táo, home = nhà, disappear = biến mất)

The Simple Future Tense

To make future tense sentences you need to add the word **"sẽ"** right before the verb. **"Sẽ"** literally means **"will"**.

Structure:

$$\text{Subject} + \text{SẼ} + \text{Verb} + \text{Object}$$

Example:

Tôi sẽ đi học. *(I will go to school.)*
Anh ấy sẽ đi làm. *(He will go to work.)*
Quả táo sẽ ở trên bàn. *(The apple will be on the table.)*
Họ sẽ ở nhà. *(They will be home.)*

(go to school = đi học, go to work = đi làm, apple = quả táo, table = bàn)

Exercise:

Translate the following sentences from English to Vietnamese.

1. Tomorrow, we will buy a new shirt. *(shirt: áo)*
2. Last week, he came to my house. *(come: đến, house: nhà)*
3. Yesterday, I played chess with my friends. *(chess: cờ, with: với, friend: bạn)*
4. I usually get up early in the morning. *(get up: thức dậy, early: sớm)*
5. My mom loves Vietnamese food. *(food: thức ăn.)*

Answer

1. Ngày mai, chúng tôi sẽ mua áo mới.
2. Tuần trước, anh ấy đã đến nhà của tôi.
3. Hôm qua, tôi đã chơi cờ với các bạn của tôi.
4. Tôi thường thức dậy sớm vào buổi sáng.
5. Mẹ của tôi yêu thức ăn Việt Nam.

Negative Sentences

Let's have a look at the negative sentence form.

"No" and **"not"** in English literally mean **"không"** in Vietnamese.
"Không" is usually placed right after the subject and before the verb.

Language Structure:

    Subject + KHÔNG + Verb + Object

Example:

Tôi không thích mèo. (***I don't like*** *cats.*)
Họ không thích đi xem phim. (***They don't like*** *to go to the cinema.*)
Anh ấy không muốn đi làm. (***He doesn't want*** *to work.*)
Mẹ của tôi không nói Tiếng Anh. (***My mother doesn't speak*** *English.*)
Quả táo không ở trên bàn. (***The apple is not*** *on the table.*)

(want = muốn, like = thích, go to the cinema = đi xem phim)

Exercise:

Try to make different positive and negative statements in Vietnamese using the word **"không"**. Remember to use different personal pronouns.

Question Word - Can

Similar to the question word 'how', there are many different ways to say "can" in Vietnamese. We will go through them one by one in this section.

Asking if someone is able to do something

"Can you (do something)?"
"**Can**" literally means **"có thể"** in Vietnamese.

The first usage of **"có thể"** is to ask if someone is able to do something.

Structure:

Personal Pronoun + CÓ THẾ + verb + KHÔNG?

Example:

Anh có thể giúp em không? *(**Can you** help me?)*
Bạn có thể giúp tôi không? *(**Can you** help me?)*
Chú có thể nói tiếng Việt không? *(**Can you** speak Vietnamese?)*

(help = giúp, speak = nói)

To answer:

Yes: Có, Subject + có thể
*("**có thể**" literally means "**can**")*

No: Không, Subject + không thể
*("**không thể**" literally means "**can not**")*

You also can just answer "có" *(yes)* or "không" *(no)* for the short answer.

Example:

Anh có thể giúp em (được) không? *(Can you help me?)*
Có, anh có thể. *(Yes, I can.)*

Bạn có thể giúp tôi (được) không? *(Can you help me?)*
Không, tôi không thể. *(No, I can't.)*

Chú có thể nói tiếng Việt (được) không? *(Can you speak Vietnamese?)*
Không, chú không thể. *(No, I can't.)*

(help = giúp, speak = nói, Vietnamese = Tiếng Việt)

Asking permission

The second way of using the question word **"có thể"** is used when asking for permission.

Structure:

> Subject + CÓ THỂ + Verb + (được) không?

Example:

1. **Tôi có thể đi** ra ngoài **được không?** *(Can I go out?)*
2. **Anh có thể mượn** bút của em **được không?** *(Can I borrow your pen?)*
3. **Con có thể đi chơi** với bạn của con **được không?** *(Can I hang out with my friend?)*

(go = đi, out = ở ngoài, borrow = mượn, pen = bút, hang out = đi chơi, with = với)

Exercise:

Try to make 10 questions using **"có thể"** and **"được không"**.

Asking Directions

In this lesson, you will learn how to ask and answer about directions in Vietnamese.

How do I get to…?

As you have learned in the previous lesson, **"how"** literally means **"thế nào"**. Have a look at the following structure!

Structure:

Làm thế nào để đi đến + noun?
(How do I get to …)

Example:

Làm thế nào để đi đến bệnh viện? *(**How do I get to** the hospital?)*
Làm thế nào để đi đến trường học? *(**How do I get to** the school?)*
Làm thế nào để đi đến bảo tàng? *(**How do I get to** the museum?)*
Làm thế nào để đi đến đường Hai Bà Trưng? *(**How do I get to** the Hai Ba Trung street?)*

(get to = đi đến, hospital = bệnh viện, school = trường học, museum = bảo tàng, street = đường)

To answer this question, you can use the structure below

(Subject) + Direction

Example:

(Chị) đi thẳng, sau đó rẽ phải. *(Go straight, then turn right.)*
(Bạn) đi thẳng, sau đó rẽ trái. *(Go straight, then turn left.)*
(Anh) đi thẳng, sau đó rẽ trái và qua cầu. *(Go straight, then turn left and cross the bridge.)*

(turn = rẽ, left = trái, right = phải, cross = (băng qua), brigde = cầu)

Note:

When asking, or giving direction in Vietnamese, you don't need to add the subject (I, you, etc.) in the question or answer.

Useful Vocabulary:

Turn	Rẽ
Left	Trái
Right	Phải
Cross	(Băng) qua
Street/road	(Con) đường
Bridge	(Cây) cầu
Hospital	Bệnh viện
Cinema	Rạp phim
Market	Chợ
Supermarket	Siêu thị
Café	Quán cà phê
Restaurant	Nhà hàng
Beach	Biển
Mountain	Núi
Downtown	Trung tâm
Hotel	Khách sạn

Mode of transportation

Have a look at the following table to see some Vietnamese words for different modes of transportation.

Máy bay	Plane
Tàu	Train
Xe máy	Motorbike
Xe đạp	Bicycle
Xe tải	Truck
Xe ô tô	Car
Xe taxi	Taxi
Xe buýt	Bus

Exercise:

Practice making conversation asking for direction to a location.

Ordering Food

In this lesson, you will learn about ordering in Vietnamese and some vocabulary relating to the topic.

"Order" literally means **"gọi món"**.
When ordering in Vietnamese, you can use the following structure.

Cho + Subject + (number) + Noun

Example:

Cho tôi một phần khoai tây chiên. *(Literally means I want one French fried.)*
Cho anh hai chai bia. *(Literally means I want two bottles of beer.)*
Cho em một tách cappuccino. *(Literally means I want a cup of cappuccino.)*

(want = muốn, bottle = chai, beer = bia, French fried = khoai tây chiên, cup = tách)

In Vietnamese, we normally borrow the word "order" from English and do not translate it to Vietnamese. So, you can also use "order" itself when ordering.

Example:

Cho tôi order một phần khoai tây chiên. *(I want to order one French fried.)*
Cho anh order hai chai bia. *(I want to order two bottles of beer.)*
Cho em order một ly cappuccino. *(I want to order a cup of cappuccino.)*

Vocabulary

Have a look at the following table to see some vocabulary and sentences about restaurants and services.

Coffee: Cà phê
Coke: Nước ngọt
Beer: Bia
Milk: Sữa
Water: Nước

Happy water: Rượu
Juice: Nước trái cây
Water: Nước
Wine: Rượu vang

Sentences:

Can I see the menu, please?	Cho tôi xem qua thực đơn.
We're not ready to order yet.	Chúng tôi chưa sẵn sàng để order.
Can I have my check / bill?	Tính tiền. (Tôi muốn tính tiền.)
Can I pay by credit card?	Tôi trả bằng thẻ tín dụng được không?

Exercise:

Practice seeing if you are able to order a meal in Vietnamese. Try to use different personal pronouns.

If you are feeling more confident, act out a roleplay between you and a waiter. Greet the waiter, place an order for a meal and a drink, then say thank you.

Telling the Time

In this chapter, you will learn how to tell the time in Vietnamese. Let's start with some basic times:

Day session:

"**Hour**" literally means "**giờ**".
"**Minute**" literally means "**phút**".
"**Second**" literally means "**giây**".

These words can be used for both plural and singular.

Example:

Năm giờ 10 phút. *(5 hours 5 minutes or 5:05).*
11 giờ 15 phút 20 giây. *(11 hours 15 minutes and 20 seconds or 11:15:20).*

(hour = giờ, minute = phút, second = giây)

Note:

When talking about time in English, we only say the numbers (5:10- five ten, 5:15 – five fifteen, 5:30 – five thirty). In Vietnamese, you always need to add "giờ" between hour and seconds.

Instead of using "a.m" and "p.m", we use the day session words. The table below will make it easier to talk about time in Vietnamese.

Sáng	Morning
Trưa	Noon
Chiều	Afternoon
Tối	Evening

When talking about time, you can use the following structure:

Language Pattern:

>Number + GIỜ + day session

Sáng (Morning): Morning time is from 0 a.m to 9 a.m.

Example:

Không giờ sáng. *(0 a.m in the morning.)*
Ba giờ sáng. *(3 a.m in the morning.)*
Năm giờ sáng. *(5 a.m in the morning.)*
Chín giờ sáng. *(9 a.m in the morning.)*

Trưa (Noon): Noon time is from 10 a.m to 12 a.m.

Example:

10 giờ trưa. *(literally means 10 a.m in noon.)*
11 giờ trưa. *(literally means 11 a.m in noon.)*
12 giờ trưa. *(literally means 12 a.m in noon.)*

Chiều (Afternoon): Afternoon time is from 1p.m to 5p.m.

Example:

Một giờ chiều. *(1p.m in the afternoon.)*
Ba giờ chiều. *(3p. in the afternoon.)*
Năm giờ chiều. *(5p.m in the afternoon.)*

Tối (Evening): Evening time is from 6p.m to 11p.m.

Example:

Sáu giờ tối. *(6 p.m in the evening.)*
Tám giờ tối. *(8 p.m in the evening.)*
10 giờ tối. *(10 p.m in the evening.)*
11 giờ tối. *(11 p.m in the evening.)*

Note:

In Vietnamese, we also use 24- hour time. Have a look at the following table;

Time	24- hour time
12 a.m	12 giờ
1 p.m	13 giờ
2 p.m	14 giờ
3 p.m	15 giờ
4 p.m	16 giờ
5 p.m	17 giờ
6 p.m	18 giờ
7 p.m	19 giờ
8 p.m	20 giờ
9 p.m	21 giờ
10 p.m	22 giờ
11 p.m	23 giờ

Example:

Một giờ chiều or **13 giờ**. *(1 p.m in the afternoon.)*
Năm giờ chiều or **17 giờ**. *(5 p.m in the afternoon.)*
Tám giờ tối or **20 giờ**. *(8 p.m in the evening.)*
11 giờ tối or **23 giờ**. *(11 p.m in the evening.)*

Note:

In daily conversation, we normally use day session words when talking about time. 24-hour time is usually used on news or tests.

Asking time

To ask about time, you can use the following structure.

Bây giờ là mấy giờ?
(Literally means what time is it now?)

To answer this question, you can say:

Bây giờ là + Time (Number) + Giờ + (day session).

Example:

Bây giờ là mấy giờ? *(What time is it now?)*
Bây giờ là mười giờ sáng. *(It is 10 a.m.)*
Bây giờ là mấy giờ? *(What time is it now?)*
Bây là là bốn giờ chiều. *(It is 4p.m.)*
Bây giờ là 16 giờ. *(It is 4p.m)*
Bây giờ là mấy giờ? *(What time is it now?)*
Bây giờ là mười giờ tối. *(It is 10p.m)*
Bây giờ là 22 giờ. *(It is 10p.m)*

(now = bây giờ, a.m = sáng, p.m = tối, is = là)

Exercise:

Translate the following sentences from English to Vietnamese.

(1). What time is it?
(2). It is 10 a.m.
(3). What time is it?
(4). It is 10 p.m.
(5). I go to school at 8 am.
(6). I eat breakfast at 7 am.
(7). It's 3 p.m (two sentence forms.)
(8). It's 8 p.m (two sentence forms.)

Answer

(1). Bây giờ là mấy giờ?
(2). Bây giờ là 10 giờ sáng.
(3). Bây giờ là mấy giờ?
(4). Bây giờ là 10 giờ tối.
(5). Tôi đi học lúc 8 giờ sáng.
(6). Tôi ăn sáng lúc 7 giờ sáng.
(7). Bây giờ là 3 giờ chiều.
    Bây giờ là 15 giờ.
(8). Bây giờ là 8 giờ tối.
    Bây giờ là 20 giờ.

What Time Is It?

In the previous lesson, we learned about the time clock and how to ask about time. In this lesson, we will continue learning about time in Vietnamese, minutes past the hour and minutes to the hour in particular.

Half past

"**Half past**" literally means "**rưỡi**" in Vietnamese. "**Rưỡi**" is placed after the number.

Example:

Half past ten in the morning (10:30 a.m).
Mười rưỡi sáng.

Half past ten in the evening (10:30 p.m).
Mười rưỡi tối.

Half past one in the morning (1:30 a.m).
Một rưỡi sáng.

Half past one in the afternoon (1:30 p.m).
Một rưỡi chiều.

Minute past the hour:

When you refer to the minutes before 30 (1-29), the minutes are added with *"phút"* without a linking word. To express minutes that have past we use the following structure:

Hour time + GIỜ + Number (phút)

Example:

- 1:20 a.m sáng.   Một giờ hai mươi (phút)
- 1:20 p.m chiều.   Một giờ hai mươi (phút)
- 13:20 (1:20 p.m) (phút).   Mười ba giờ hai mươi
- 5:03 a.m sáng.   Năm giờ không ba (phút)
- 5:03 p.m (phút) chiều.   Năm giờ không ba
- 17:03 (5:03 p.m) (phút).   Mười bảy giờ không ba

(phút = minute, sáng = morning, chiều = afternoon)

Minute to the hour:

To tell the time after the hour from 31 minutes, you use **"kém"**, which means **"to"**.

Example:

1: 50
Hai giờ **kém** mười. *(It's ten to two.)*

2: 40
Ba giờ **kém** hai mươi. *(It's twenty to three.)*

11: 45
Mười hai giờ **kém** mười lăm. *(It's fifteen to twelve.)*

(giờ = hour)

Note:

"phút" (minute) can be left out but is added when sentences are rather short

Exercise:

Write the time in Vietnamese:

- 11:30 a.m
- 1:45 p.m
- 12:00 p.m
- 6:25 p.m
- 17:50
- 19:00
- 7:00 p.m
- 8:35 p.m
- 7:35 a.m
- 21:00
- 21:50

Answer

- 11 giờ 30 phút sáng
- 1 giờ 45 phút chiều
- 12 giờ trưa
- 6 giờ 25 phút tối
- 17 giờ 50 phút
- 19 giờ
- 7 giờ tối
- 8 giờ 35 phút tối
- 7 giờ 35 phút sáng
- 21 giờ
- 21 giờ 50 phút

What Time Do You?

As you have already learnt about telling time in the previous lesson, in this lesson, we will learn how to ask and answer about activities with time.
Have a look at the following structure and example table

Structure:

Question: Subject + Verb + lúc mấy giờ?
Answer: Subject + Verb + lúc + time.

Example:

Vietnamese	English
Bạn thức dậy lúc mấy giờ? Tôi thức dậy lúc 6 giờ sáng.	What time **do** you get up? I get up at 6 a.m.
Cô ấy đi làm lúc mấy giờ? Cô ấy đi làm lúc 8 giờ sáng.	What time **does** she go to work? She goes to work at 8 a.m
Bạn rãnh lúc mấy giờ? Tôi rãnh lúc 5 giờ chiều.	What time **are** you free? I am free at 5 p.m.
Anh ấy đi học lúc mấy giờ? Anh ấy đi học lúc 7 giờ sáng.	What time **does** he go to school? He goes to school at 7a.m.
Trang đi xem phim lúc mấy giờ? Trang đi xem phim lúc 21 giờ.	What time **does** Trang go to the cinema? Trang goes to the cinema at 9 p.m.

Vocabulary:

Get up = Wake up: Thức dậy
Go to work: Đi làm
Go to school: Đi học
School: Trường học
Go to the cinema: Đi xem phim
Cinema: Rạp chiếu phim
At: Lúc

Asking in the past and future tense:

When asking time in different tenses, we use the same pattern as the previous section expect we simply add the phrase **"lúc mấy giờ"** to the end.

The past tense:

Remember we need to add the word **"đã"** to make a past tense sentence. Also the verb does not change and stays the same.

Structure:

Question: Subject + ĐÃ + Verb + Object + lúc mấy giờ?
Answer: Subject + ĐÃ + Verb + Object + time.

Example:

Bạn **đã** đi học lúc mấy giờ? *(What time **did** you go to school?)*
Tôi **đã** đi học lúc hai giờ chiều. *(I **did go/went** to school at 2 p.m.)*
Họ **đã** ăn tối lúc mấy giờ? *(What time **did** they have dinner?)*
Họ **đã** ăn tối lúc 19 giờ. *(They **did have/had** dinner at 7 p.m.)*

(go to school = đi học, afternoon= chiều, have dinner = ăn tối, at = lúc)

The future tense:

The word **"will"** in the future tense literally means **"sẽ"**. When making a question in the future tense, you will use the same form of question as the past tense but **"đã"** is replaced by **"sẽ"**.

Structure:

Question: Subject + SẼ + Verb + Object + lúc mấy giờ?
Answer: Subject + SẼ + Verb + Object + time.

88

Example:

Bạn **sẽ** đi học lúc mấy giờ? *(What time **will** you go to school?)*
Tôi **sẽ** đi học lúc hai giờ chiều. *(I **will** go to school at 2 p.m.)*
Họ **sẽ** ăn tối lúc mấy giờ? *(What time **will** they have dinner?)*
Họ **sẽ** ăn tối lúc 19 giờ. *(They **will** have dinner at 7 p.m.)*

(go to school = đi học, afternoon= chiều, have dinner = ăn tối, at = lúc)

Exercise:

Translate the following sentences from English to Vietnamese.

(1). I go to school at 7 a.m every morning.
(2). What time do you play football?
(3). They will go to the cinema at 13:00.
(4). My mom will go to work at 1 p.m this afternoon.
(5). Linh and I play badminton at 17:00.

Answers

(1). Tôi đi học vào lúc 7 giờ mỗi buổi sáng.
(2). Bạn chơi đá bóng lúc mấy giờ?
(3). Họ sẽ đi đến rạp chiếu phim lúc 13 giờ.
(4). Mẹ của tôi sẽ đi làm lúc 1 giờ chiều nay.
(5). Linh và tôi chơi cầu lông lúc 17 giờ.

Present Continuous Tense

In English, the verb to be and verb-"ing" together are used to express actions that are currently happening. In Vietnamese, **the verb to be is dropped** and the verb-"ing" literally means **"đang"**. Have a look at the following structure;

(Verb-"ing": doing, going, eating, walking, etc.)

Structure:

    Subject + ĐANG + Verb + (Object).

Example:

- Tôi đang làm bài tập về nhà. *(I am doing my homework.)*
- Anh ấy đang ăn tối. *(He is eating dinner.)*
- Họ đang chạy. *(They are running.)*
- Nam đang nói chuyện với Hoa. *(Nam is talking to Hoa.)*

(do = làm, homework = bài tập về nhà, eat dinner = ăn tối, run = chạy, talk = nói chuyện, with = với)

Useful words:

At the moment: Hiện tại
Now: Bây giờ
Right now: Ngay bây giờ

What are you doing?

We now know how to form present continuous sentences. But what if we want to ask what someone is currently doing?

To ask the question "what are you doing" or "what is …. doing", we use the following structure

Structure:

Question: Subject + ĐANG + làm gì + (đó/vậy)?
Answer: Subject + ĐANG + Verb + Object.

Example:

- Bạn đang làm gì vậy? *(What are you doing?)*
  Tôi đang đọc sách. *(I am reading book.)*

- Mẹ đang làm gì vậy? *(What is mom doing?)*
  Mẹ đang nấu ăn. *(Mom is cooking.)*

- Họ đang làm gì đó? *(What are they doing?)*
  Họ đang trò chuyện. *(They are chatting.)*

(do = làm, read = đọc, book = sách, cook = nấu ăn, chat = trò chuyện)

Note:

"đó" and "vậy" are not necessarily included. They are used to add extra politeness.

Exercise:

Practice making sentences using the word "đang". Try to use different verbs to form 10 sentences.

Verb To Be Part 2 & Prepositions

The verb to be "ở":

As you have learned in the previous lesson, we have different types of verb to be in Vietnamese and verb to be **"ở"** is associated with location.

Example:

- I am at school. *(Tôi ở trường học.)*
- The book is on the table. *(Quyển sách ở trên bàn.)*

(school = trường học, book = quyển sách, table = bàn, on = trên)

These sentences are all describing the location of the subject, therefore we need to use the verb to be **"ở"**.

The language pattern goes as follows:

        Subject + Ở + preposition + place.

When using **"ở"** we must also include a preposition after.
Below are a list of preposition you can us with the verb to be **"ở"**.

Trên	On
Dưới	Under
Trong	In
Ngoài	Out
Trước	In front of
Sau	Behind
Bên trái	On the left
Bên phải	On the right
Bên cạnh	Next to
Gần	Near
Xa	Far
Ở	At

Example:

- Quyển sách ở trên bàn. *(The book is on the table.)*
- Quả bóng ở sau ti vi. *(The ball is behind the TV.)*
- Cái ghế ở bên cạnh cái bàn. *(The chair is next to the table.)*
- Con mèo ở trong hộp. *(The cat is in the box.)*

(book = quyển sách, ball = quả bóng, TV = ti vi, bàn = table, hộp = box, cat = con mèo)

The question word – Where

Now that we understand more about **"ở"**, we can move on to learning how to ask where something is. **"Where"** literally means **"đâu"**.

Structure:

Question: Subject + Ở +ĐÂU?
Answer: Subject + Ở + preposition + location.

Example:

- Nam ở đâu? *(Where is Nam?)*
  Nam ở nhà. *(Nam is at home.)*

- Bạn ở đâu? *(Where are you?)*
  Tôi ở cửa hàng. *(I am at the store.)*

- Phòng vệ sinh ở đâu? *(Where is the bathroom?)*
  Phòng vệ sinh ở trên tầng. *(The bathroom is upstair.)*

(home = nhà, store = cửa hàng, bathroom = phòng vệ sinh, upstair = trên tầng)

Exercise:

Translate the following sentences from English to Vietnamese.

1. The cat is behind the computer. *(the computer: chiếc máy tính)*
2. Milk is in the frigde. *(the frigde: chiếc tủ lạnh)*
3. I am in the car. *(the car: xe ô tô)*
4. They are standing next to the store. *(stand: đứng; the store: cửa hàng)*
5. The balls are out of the bag. *(the balls: những quả bóng; the bag: chiếc túi)*

Answer

1. Con mèo (thì) ở sau chiếc máy tính.
2. Sữa (thì) ở trong chiếc tủ lạnh
3. Tôi (thì) ở trong xe ô tô.
4. Họ đang đứng bên cạnh cửa hang.
5. Những quả bóng (thì) ở ngoài chiếc túi.

Have You Ever ?

"Have you ever" literally means **"bạn đã từng"**. It's used when asking if someone has experience in something.

Structure:

Question: Bạn đã từng + Verb + Object + chưa?
(Have you ever…?)

Answer: Rồi, tôi đã từng + verb +… (Yes, I have.)
Chưa, tôi chưa từng + verb + … (No, I haven't.)

Example:

- Bạn đã từng đến Việt Nam chưa? *(Have you ever been to Vietnam?)*
  Rồi. Tôi đã từng đến Việt Nam. *(Yes, I have been to Vietnam.)*
  Chưa. Tôi chưa từng đến Việt Nam. *(No, I haven't been to Vietnam.)*

- Bạn đã từng uống bia chưa? *(Have you ever drunk beer?)*
  Rồi. Tôi đã từng uống bia rồi. *(Yes, I have drunk beer.)*

- Bạn đã từng lái xe máy chưa? *(Have you ever driven a bike?)*
Chưa. Tôi chưa từng lái xe máy. *(No, I haven't driven a bike.)*

(been = ở, drink = uống, beer = bia, drive = lái, bike = xe máy)

Note:
To answer with a short answer, you can also say "rồi" *(yes)* or "chưa" *(no)*.

Comparative And Superlative Adjectives

When forming comparative sentences in Vietnamese, we use the word **"hơn"**. **"Hơn"** literally means **"more"**.

Structure:

    Subject 1 + (thì) + adjective + HƠN + subject 2.

Example:

- Nam **(thì) cao hơn** Hoa. *(Nam is taller than Hoa.)*
- Con mèo **(thì) nhỏ hơn** con chó. *(The **cat is smaller than** the dog.)*
- Xe ô tô **(thì) đắt hơn** xe máy. *(The car **is more expensive** than the bike.)*
- Bông hoa này **(thì) đẹp hơn** bông hoa kia. *(This flower **is more beautiful** than that flower.)*

(tall = cao, taller = cao hơn, small = nhỏ, smaller = nhỏ hơn, more = hơn, expensive = đắt, beautiful = đẹp, dog = con chó, flower = bông hoa)

Superlative adjectives:

When forming superlative sentences in Vietnamese, we use the word **"nhất"**. **"Nhất"** literally means **"the most"**.

Structure:

>Subject + (thì) + adjective + NHẤT.

Example:

- Nam (thì) cao nhất. *(Nam is the tallest.)*
- Con mèo này (thì) nhỏ nhất. *(This cat is the smallest.)*
- Xe ô tô này (thì) đắt nhất. *(This is the most expensive car.)*
- Bông hoa này (thì) đẹp nhất. *(This is the most expensive flower.)*

Exercise:

1. Practice asking and answering "Have you ever" question in Vietnamese.

2. Make sentences comparing things around you using "hơn" và "nhất".

<u>Conclusion</u>

This concludes our Learning Vietnamese through English book, we hope you have enjoyed learning with us. By now your Vietnamese language skills should have skyrocketed. Just think of how far you have come.

Feel free to go over each section to better improve your understanding. As they always say, practice makes perfect. So keep going and don't give up, fluency is closer than you think.

If you want to further improve your Vietnamese check out our other learning materials.

Thank You

Can we ask a quick favor? Have you have received value from this book? We would like to know your feedback. Would you be kind enough to leave a review for this book?

We want to help teach as many people Vietnamese as we can, and more reviews will help us accomplish that!

Thank you for taking the time to read our content.

Good luck with your Vietnamese studies. We'll speak again soon!

Languages World

Made in the USA
Las Vegas, NV
05 January 2024